ஒளவையார் இயற்றிய விநாயகர் அகவல்

கௌஷிக் கே

ISBN 979-888546461-1

முழுமுதற்கடவுள் விநாயகருக்கே இந்த புத்தகம் சமர்ப்பிக்கப்படுகிறது.

பொருளடக்கம்

முன்னுரை   vii

விநாயகர் அகவல்

விநாயகர் அகவல் விளக்க உரை

முன்னுரை

விநாயகர் அகவல் ஔவையார் அருளிச்செய்த நூல்களுக்-குள் சிறந்த சுருக்கமான பக்தி மிகுந்த யோக சாஸ்திர ரஹசியங்கள் நிறைந்த ஒரு பாடலாகும்.

முழுமுதற்கடவுளான விநாயகரை இறைவனாகவும் குரு-வாகவும் பணிந்தேத்தி வழிபட்டு அவர் திருவருளால் ஐந்-தெழுத்தும் யோகமும் உபதேசிக்கப்பெற்று அதன் மூலம் பிரம்ம ஞானத்தையும் முக்தியையும் அடைந்த அனுபவத்-தில் திளைத்து அவர் கண்ட கணநாதனையும் பயின்ற யோகத்தையும் சாரமான வார்த்தைகளினால் வர்ணிக்கிறார் ஔவையார்.

அவர் அடைந்த பேற்றை நாம் எல்லோரும் உணரும் வகையில் நமக்கொரு சிறந்த வழிகாட்டியாக இந்நூலை நமக்காக அருளியுள்ளார். இது அவ்வையாருக்கும் கணப-திக்கும் நடக்கும் உரையாடலைச் செய்யுளாக்கியதாகவே புலப்படுகிறது.

அகவல் என்பது மயிலின் ஓசையை ஒத்த ஒலியோடும் நயத்தோடும் பாடப்படும் பாடல். மயில் மழை மேகங்களைக் கண்டும் மழை பெய்யும் போதும் மகிழ்ந்து அகவும். அதே போல் இறை அருளின் அமுதத்தில் நனைந்து அந்த பேரின்பத்தை அனுபவித்து அதை நாமும் உணரும் வண்-ணம் உலகறிய மயில் போல் ஆனந்தத்தால் மகிழ்ந்து பாடி-யுள்ளார். தான் பெற்ற இன்பம் பெருக இவ்வையகம் என்-பார் போல் நாமும் உய்ய யோக நெறியும் இறை வழியும் காட்டி அருளியுள்ளார்.

விநாயகர் அகவல்

சீதக் களபச் செந்தாமரைப்பூம்
பாதச் சிலம்பு பலவிசை பாடப்
பொன்னரை ஞாணும் பூந்துகில் ஆடையும்
வன்னமருங்கில் வளர்ந்தழகெறிப்பப்
பேழை வயிறும் பெரும்பாரக் கோடும்

வேழ முகமும் விளங்குசிந்தூரமும்
அஞ்சு கரமும் அங்குச பாசமும்
நெஞ்சிற் குடிகொண்ட நீல மேனியும்
நான்ற வாயும் நாலிருபுயமும்
மூன்று கண்ணும் மும்மதச் சுவடும்

இரண்டு செவியும் இலங்குபொன் முடியும்
திரண்டமுப்புரிநூல் திகழொளி மார்பும்
சொற்பதம் கடந்த துரியமெய்ஞ்ஞான
அற்புதம் நிறைந்த கற்பகக் களிறே!
முப்பழம் நுகரும் மூஷிக வாகன!

இப்பொழுதென்னை ஆட்கொள வேண்டித்
தாயாய் எனக்குத் தானெழுந்தருளி
மாயாப் பிறவி மயக்கம் அறுத்துத்
திருந்திய முதலைந்தெழுத்தும் தெளிவாய்ப்
பொருந்தவே வந்தென் உளந்தனில் புகுந்து

குருவடிவாகிக் குவலயந் தன்னில்
திருவடி வைத்துத் திறமிது பொருளென
வாடா வகைதான் மகிழ்ந்தெனக்கருளிக்
கோடாயுதத்தால் கொடுவினை களைந்தே

உவட்டா உபதேசம் புகட்டியென் செவியில்

தெவிட்டாத ஞானத் தெளிவையும் காட்டி
ஐம்புலன் தன்னை அடக்கும் உபாயம்
இன்புறு கருணையின் இனிதெனக்கருளி
கருவிகளொடுங்கும் கருத்தினை யறிவித்(து)
இருவினை தன்னை அறுத்திருள் கடிந்து

தலமொரு நான்கும் தந்தெனக்கருளி
மலமொரு மூன்றின் மயக்கம் அறுத்தே
ஒன்பது வாயில் ஒருமந்திரத்தால்
ஐம்புலக் கதவை அடைப்பதும் காட்டி
ஆறாதாரத்(து) அங்குச நிலையும்

பேறா நிறுத்திப் பேச்சுரை யறுத்தே
இடைபிங்கலையின் எழுத்தறிவித்துக்
கடையிற் சுழுமுனைக் கபாலமும் காட்டி
மூன்றுமண்டலத்தின் முட்டிய தூணின்
நான்றெழு பாம்பின் நாவில் உணர்த்திக்

குண்டலியதனிற் கூடிய அசபை
விண்டெழு மந்திரம் வெளிப்பட உரைத்து
மூலாதாரத்தின் மூண்டெழு கனலைக்
காலால் எழுப்பும் கருத்தறிவித்தே
அமுத நிலையும் ஆதித்தன் இயக்கமும்

குமுதசகாயன் குணத்தையும் கூறி
இடைச்சக்கரத்தின் ஈரெட்டு நிலையும்
உடல்சக்கரத்தின் உறுப்பையும் காட்டிச்
சண்முக தூலமும் சதுர்முக சூக்கமும்
எண் முகமாக இனிதெனக்கருளிப்

புரியட்ட காயம் புலப்பட எனக்குத்
தெரியெட்டு நிலையும் தெரிசனப் படுத்திக்
கருத்தினில் கபால வாயில் காட்டி
இருத்தி முத்தி இனிதெனக்கருளி
என்னையறிவித்(து) எனக்கருள் செய்து

முன்னை வினையின் முதலைக் களைந்து
வாக்கும் மனமும் இல்லா மனோலயம்
தேக்கியே யென்றன் சிந்தை தெளிவித்(து)
இருள்வெளியிரண்டுக்(கு) ஒன்றிடம் என்ன
அருள்தரும் ஆனந்தத்(து) அழுத்தியென் செவியில்

எல்லை யில்லா ஆனந்தம் அளித்(து)
அல்லல் களைந்தே அருள்வழி காட்டிச்
சத்தத்தின் உள்ளே சதாசிவம் காட்டிச்
சித்தத்தின் உள்ளே சிவலிங்கம் காட்டி
அணுவிற்(கு) அணுவாய் அப்பாலுக்(கு) அப்பாலாய்க்

கணுமுற்றி நின்ற கரும்புள்ளே காட்டி
வேடமும் நீறும் விளங்க நிறுத்திக்
கூடுமெய்த் தொண்டர் குழாத்துடன் கூட்டி
அஞ்சக்கரத்தின் அரும்பொருள் தன்னை
நெஞ்சக்கருத்தின் நிலையறிவித்துத்

தத்துவ நிலையைத் தந்தெனையாண்ட
வித்தக விநாயக விரைகழல் சரணே!

விநாயகர் அகவல் விளக்க உரை

சீதக் களபச் செந்தாமரைப்பூம்
பாதச் சிலம்பு பலவிசை பாட

சீதக் (குளிர்ச்சியான) களபச் (சாந்துக்கலவைப் பூசப்பட்ட) செந்தாமரைப்பூம் (தாமரையைப்போல மிருதுவான, செவ்வரியோடிய) பாதச் (திருப்பாதத்தின்) சிலம்பு (கால்களில் அணியும் அணிகலன்)

பலவிசை பாட — பலவிதமான இசை மிகுந்த ஒளிகளை எழுப்ப

பாட்டுடைத் தலைவரான விநாயகரை அடி முதல் முடி வரையாக வர்ணித்து அவருடைய தெய்வத் திருவுருவத்தை நம் கண்முன்னே கொண்டு நிறுத்துகிறார் ஒளவையார். அவர் கண்ட அற்புத வடிவை நாம் அனைவரும் கண்டு அந்த திவ்யானுபவத்தில் திளைக்க அருள் செய்கிறார்.

ஒரு ஸ்தோத்திரத்தை பாடி இறைவனைத் துதிப்பதற்கு முன் அவரை தியானித்தல் மரபு. அந்த மரபின் படி தியானத்திர்க்குறிய வடிவத்தை ஒளவையார் விவரிக்கிறார். இறைவனின் பாதமானது பக்தர்களுக்கு அடைக்கலமாகத் திகழ்கிறது. இறைவனின் திருவடி பரஞானமாகிய ப்ரம்ம ஞானமும் அபர ஞானமாகிய ஏனைய விஷய ஞானமும் ஆகும். அதனால் திருவடியை முதலில் துதிக்கிறார் ஞானத்தை பெறுவதற்காக.

அந்தத் திருவடிகளின் சிறப்பையும் மேன்மையையும் கண்டு அனுபவிக்கிறார். அவை குளிர்ச்சியானவை (அடைக்கலம் திருவதாலும் கருணை வடிவாவதாலும்) களபம் என்னும்

சாந்துக்கலவை பூசப்பட்டதாய் உள்ளது அதுவும் குளிர்ச்சி தருவது செந்தாமரைப்பூவைப் போன்று மென்மையானதாகவும் செவ்வரியோடியதாயும் திகழ்கின்றன. அந்த பாதங்களில் சிலம்பு என்ற அணிகலனை அணிந்துள்ளார் விநாயகர்.

'நதத்-ரத்னாங்ரிகடக-ஷடம்காரிமணிநூபுரஹ' என்று கணேஷ ஸஹஸ்ரநாமம் கூறுகிறது. ரத்தினங்களும் மணிகளும் ஒன்றோடு ஒன்று மோதுவதால் ஏற்படும் அழகிய இசை மிகுந்த ஓசை எழுப்பும் பாதச்சிலம்பு அணிந்தவர் என்று சொல்கிறது. வேதங்களே அவர் திருவடியில் சிலம்புகளாகி வேத நாதமே இசையாக ஒலிக்கின்றது.

கணேஷ ஸஹஸ்ரநாமம் அவருடைய திருப்பாதங்களை 'முநிபதே நமஹ' என்று போற்றுகிறது. அவர் திருவடி ஞானத்தை பருகிப் பருகி அந்த திருவடியை அடைந்து ஐக்யமானதால் அந்த முனிவர்களே இறைவனின் பாதமாகிவிட்டனர் என்பது கருத்து. அப்படி இவர் திருவடியை ஏத்துவதால் நாமும் ஞான நிலை பெற்று வீடுபேற்றை அடையலாம் என்று அவ்வையார் திருப்பாதத்தை முதலில் துதித்து வழிகாட்டுகிறார்.

❧

பொன்னரை ஞாணும் பூந்துகில் ஆடையும்
வன்னமருங்கில் வளர்ந்தழகெறிப்ப

பொன்னால் செய்யப்பட்ட அரைஞாணையும் (இடுப்பில் கட்டப்படும் மெல்லிய சங்கிலியைப் போன்றதொரு அணிகலன்), பூவேலைப்பாடுகள் செய்யப்பட்ட அழகிய மெல்லிய ஆடையும் அழகான இடையிலே மேலும் மேலும் அழகை வீசுகிறது என்று இடையை வர்ணிக்கிறார்.

கடிசூத்ரப்ருதே நமஹ

அரைஞாண் அணிந்தவனே போற்றி என்று கணேஷ ஸஹஸ்ரநாமம் போற்றுகிறது, பாஸ்கரராயர் அந்த கடிசூத்ரத்தை வர்ணிக்கிறார் அவரது ஸஹஸ்ரநாம உரையில்.

ரத்னப்ரோதஸ்வர்ணகாஞ்சீதாரணாத் கடிசூத்ரப்ருத்

'ரத்தினங்கள் கோர்க்கப்பட்ட பொன் அரைஞாண் தரித்திருப்பதால்' என்று விவரிக்கிறார்.

෴

பேழை வயிறும் பெரும்பாரக் கோடும்
வேழ முகமும் விளங்குசிந்துாரமும்

பெட்டியைப் போன்ற பெருத்த வயிறு உடையவர். லம்போதரர் என்று வர்ணிக்கப் படுகிறார். பெருத்த வயிறு என்று கூற எத்தனையோ உதாரணங்களை பயன்படுத்தி இருக்கலாம் என்றாலும் பெட்டி போல் என்ற உவமையைப் பயன்படுத்தக் காரணம் என்ன?

பேழை செல்வங்களைத் தனக்குள் அடக்கி வைத்திருப்பதைப்போல் இறைவன் அனைத்து உலங்களையும் தனது வயிற்றில் வைத்துக் காப்பாற்றுகிறார் என்பதைக் குறிக்கவே இந்த உவமை.

பெரும் வலிமையையும் எடையும் மிகுந்த தந்தங்கள் உடையவராக அந்த தந்தத்தை கொண்டே அவர் அசுரர்களை ஸம்ஹரித்தார். உலகங்களையே அழிக்கும் ஆற்றல் அந்த தந்தங்களுக்கு உண்டு. பிரளய ஜலத்தில் மூழ்கி இருக்கும் உலங்கங்களை தூக்கி மீட்டெடுக்கும் வலிமையும் உண்டு. அந்த திருத் தந்தத்தைக்கொண்டே உலகம் உய்ய வியாசர் பாடிய மஹாபாரதத்தை எழுத்து வடிவமாக வரைந்தார். அதே தந்தத்தை எழுத்தாணியாகக் கொண்டு பிரமன்

எழுதிய விதியையும் மாற்றி நம் வினைகளைக் களையும் வலிமை கொண்டவர். அவை அவருக்கு வலிமையையும் அழகையும் சேர்க்கும் வண்ணம் உள்ளன

கி₃ரீந்த்₃ர ரத₃னாய நமஹ என்ற நாமம் கணேஷர் மலலயை ஒத்த பாரமான வலிமையான தந்தத்தை உடையவர் என்று விளக்குகிறது,

யானை முகமுடையவர் யானை ஞானத்திற்கும் பலத்திற்கும், செல்வங்களுக்கும் எடுத்துக்காட்டு ஆகும்.

நெற்றியில் சிந்தூரத்தைத் திலகமாக இட்டுக்கொண்டிருப்பவர்

ॐ

அஞ்சு கரமும் அங்குச பாசமும்
நெஞ்சிற் குடிகொண்ட நீல மேனியும்

பிள்ளையாருக்கு ஐந்து கரங்கள் நான்கு திருக்கைக்களும் ஒரு துதிக்கையும் சேர்த்து, அதைக்கொண்டு நால்வகைப் பேற்றையும் பக்தர்களுக்கு வழங்குகிறார். அறம், பொருள், இன்பம் வீடு ஆகியவை அவர் திருவருளாலேயே சித்திக்கப் பெறுகின்றன. அங்குசமும் (யானையை ஓட்டும் தோட்டி) பாசமும் (பாசக் கயிறு) அவருடைய ஆயுதங்கள், தந்தமும் மோதகமும் கூட அவரது கரங்களில் காணலாம். மோதகம் என்பது பூரணமான ஆனந்தத்தின் குறியீடும் , அது முழுமையைக் காட்டுகிறது. மோதகம் என்ற சொல்லுக்கு ஆனந்தமளிப்பது என்று பொருள். அதை கையில் தரித்து நமக்கு ஆனந்தத்தை (மோக்ஷத்தையும் இக பர சுகங்களையும்) அளிக்க வல்லவர் என்று உணர்த்துகிறார். அங்குசமும் பாசமும் அவருடைய ஆளுமையை எடுத்துக்காட்டுகின்றன அவர் அனைத்தையும் அடக்கி ஆள்கிறார் வழி நடத்துகிறார்.

அவர் தன் பக்தர்களின் நெஞ்சில் (உள்ளத்தில்) குடிகொண்டு வீற்றிருந்து பக்தர்களின் மனத்தையும் அடக்கி வழி நடத்துகிறார். அவர் திருமேனியின் வண்ணம் நீலம்.(கருமை நிறத்திற்கும் நீல வண்ணம் என்ற சொல்லாடல் உண்டு)

நீலம் என்பது மேகத்தையும் வானத்தையும் குறிக்கும் வண்ணம் அது அவரது அளவற்ற தன்மையையும் மழை பொழியும் மேகம் போன்ற கருணையையும் காட்டுகிறது.

೧

நான்ற வாயும் நாலிரு புயமும்
மூன்று கண்ணும் மும்மதச் சுவடும்

தொங்கினதாய் நீண்டு காணப்படும் வாயும், எட்டு தோள்களும் மூன்று திருக்கண்களும் சூரிய, சந்திர, அக்னி ஆகிய முச்சுடர்களையே கண்களாகக் கொண்டவர். அவர் விஷ்வ ரூபமானவர் அவரை உலக வடிவில் தியானிக்கும் போது உலகிற்கு ஒளி கொடுக்கும் சுடர்களே அவருடைய கண்ணின் ஸ்தானத்தைப் பெறுகின்றன. சூர்யனானது அனைத்து படைப்பிற்கும் காரணமானது , ஹிரன்யகர்ப வடிவானது, சந்திரன் சோம தத்துவம் அது போஷிக்கிறது அதாவது காக்கிறது சந்தோசம் தருகிறது, அக்னியானது அழிக்கும் தன்மையைக் குறிக்கிறது, இப்படி முத்தொழில் செய்யும் வல்லமையையும் கண்களில் கொண்ட பரம்பொருளே கணபதி.

கன்ன மதம் , கபோல மதம், கோச மதம் ஆகிய மூன்று மதங்களையும் எந்நேரமும் பொழிவதால் உண்டான தழும்புகளைக்கொண்டவர். மதம் என்பது அவர் வலிமையை எடுத்துக்க் காட்டுகிறது. இச்சா, க்ரியா ஞானம் ஆகிய மூன்று சக்திகளே மும்மதமாக உள்ளது என்றும் சான்றோர் வாக்கு.

இறைவனின் தலை மட்டுமே யானையாக இருப்பதால் ஒரு மதம் மட்டுமே சுரக்குமே என்ற கேள்விக்கு மும்மதம் என்று கூறல் ஒரு மதத்தின் மூவகைகளைக் குறிக்கும் என்றும், இறைவனை யானை வடிவாகவே வழிபடும் முறை உள்ளதால் அவ்வடிவில் மும்மதத்தை வெளிப்படுத்துகிறார் என்றும் கொள்ளலாம்.

? ப்₃ ரஹ்மவித்₃ யாமதோ₃ த்கடாய நம: .

ப்ரபஞ்சபா₄ (மா)யாபஹ்ரு'த்யா ப்₃ ரஹ்மவித்₃ யைவ வை மத₃ :
தேனோத்₃ பி₄ ன்னௌ கடௌ யஸ்ய
ப்₃ ரஹ்மவித்₃ யாமதோ₃ த்கட:

பிரபஞ்சம் என்கிற ஒரு கற்பனையை, மாயையை நீக்குவதால் ப்₃ ரஹ்மவித்₃ யை மதம் எனப்படுகிறது. அதனால் எவருடைய ஆவரணங்கள் பிளக்கப்பட்டதாய் உள்ளனவோ அவர் ப்₃ ரஹ்மவித்₃ யாமதோ₃ த்கடர்

❧

இரண்டு செவியும் இலங்குபொன் முடியும்
திரண்டமுப்புரிநூல் திகழொளி மார்பும்

இரண்டு பெரிய காதுகள் உடையவர். அது விக்னங்களை தடுக்கிறது என்று உபநிஷத் கூறுகிறது. கேள்வி அறிவைக் குறிப்பனவாகவும் அமைகின்றன. அனைத்தையும் அறிந்தவராயினும் பாரதத்தை வியாசர் மூலம் கேட்டு பொருள் உணர்ந்து எழுதித் தந்தவர். அனைத்து பக்தர்களின் குறைகளையும் வேண்டுதல்களையும் கவனமாய்க் கேட்டு அவைகளை நிவர்த்தி செய்யும் தன்மையையும் இது உணர்த்துகிறது.

எங்கிருந்து உளமார துதிப்பினும் அழைப்பினும் உடன் ஓடி வரும் ஆற்றலையும் எடுத்துக் காட்டுகிறது என்று லம்ப₃கர்ணாய நமஹ எனும் நாமத்திற்கு உரை செய்கிறார் பாஸ்கர ராயர்.

விளங்கி ஒளிர்கின்ற தங்கத்தால் செய்யப் பட்ட கிரீடத்தை தரித்தவரும் முறுக்கி விடப்பட்ட மூன்று புரிகளை உடைய பூநூலாகிய யக்யோபவீதத்தோடு ஒளிர்கின்ற திருமார்பை உடையவர்.

யக்யோபவீதம் வேத ஞானத்திற்கும் பிரம்மச்சர்யத்திற்கும் சான்று.

முப்புரி என்பது மூன்று வேதங்களைக் குறிக்கிறது. ஒருவனுக்கு இருக்கிற மூன்று கடன்களையும் அது நினைவுறுத்துகிறது அதனால் தான் முப்புரி இந்த மூன்று கடன்களைச் செய்ய தகுதி என்று பாவிக்கப் படுகிறது (தேவ ருணம், பித்ரு ருணம், ரிஷி ருணம்)

இறைவனை வழிபடுதல், நீத்தார் கடன், முன்னோர்களுக்குச் செய்யவேண்டிய நீர்க்கடன்களைச் செய்தல், ரிஷிகளின் கடன் அதாவது ரிஷிகளின் நன்னூல்களைப் படித்தல், பயிற்றுவித்தல் ஆகிய மூன்று கடமைகளைச் செய்வது நம் கடனாகும் .

அந்த மூன்று புரிகள் மூன்று ஆஷ்ரமங்களையும் அதன் கடமைகளையும் குறிக்கின்றன, ப்ரம்ஹசர்யம் (வேதாத்யயனம் முக்கியக் கடமை) கா₃ர்ஹஸ்த்யம் (பஞ்ச மஹாயக்ஞுங்கள் முக்கியக் கடமை) வானப்ரஸ்தம். (தவம் முக்கியக் கடமை.)

☙

சொற்பதம் கடந்த துரியமெய்ஞ்ஞான
அற்புதம் நிறைந்த கற்பகக் களிறே!

சொற்பதம் என்பதற்கு சாஸ்திரங்களால் சொல்லப்படும் ஆறு ஆதாரங்கள் என்று பொருள். சொற்பதம் என்பதற்கு சொற்களால் ஆன பதங்கள் (வார்த்தைகள்) என்றும் பொருள் அவைகளை கடந்த துரிய நிலையின் — விழிப்பு நிலை, கனவு நிலை, ஆழ்ந்த உறக்க நிலை ஆகிய மூன்றையும் கடந்த நான்காம் நிலை அந்த நிலைக்கும் அப்பால் உள்ள உண்மை ஞானத்தின் ஆச்சர்யமான வியக்கத்தக்க பொருளாய் திகழ்கின்ற விளங்குகின்ற கற்பக விருக்ஷம் போன்று எண்ணியதைஎல்லாம் அருளோடு அளிக்கும் யானை உருவானவனே என்று கற்பக விநாயகரை தியானித்துத் துதிக்கிறார்.

யோகத்தால் எட்டப்படும் துரிய நிலையில் காட்சியளிக்கும் பரம்பொருள் விநாயகர் அவர் கற்பகத்தைப் போன்றவர் என்று போற்றுகிறார். கற்பகக் களிறே! என்று அழைக்கிறார் (விளி)

விநாயக தந்திரத்தில் போற்றுப்படும் விநாயகரின் ஒரு மூர்த்தியான கல்பக கணபதியை துதிக்கிறார்

அவரது தியானம் கீழ்கண்டவாறு.

ஸௌலம்' சக்ரத₄ னூர்க₃ தா₃ ஸீச த₃ த₄ தம்' ஸத்கல்பவல்லீயுதம்'

த₃ ந்தம்' வ்ரீஷ்யஸிதோத்பலம்' கு₃ ணவரம்' பத்₃ மம்' ஸ்வதி₃ க்₃ பா₃ ஹூபி₄ ?

ஹஸ்தீந்த்₃ ரானனமிந்து₃ சூட₃ மருணச்சா₂ யம்' த்ரிநேத்ரம்' ப்ரபு₄ ம்'

த்₄ யாயே கல்பகமத்₃ யகல்பகமஹாவாணீரமாஸம்'யுதம்'

திரிசூலம் , சக்கரம் , வில், கதாயுதம், நல்ல கற்பகக் கொடி, தந்தம், தானியக்கொத்து , நீலோத்பல மலர், பாசம் , தாமரை முதலிவற்றைத்

தன் கைகளில் ஏந்தி யானை முகனாக பிறை சூடி அருண வர்ண (இளஞ்சிவப்பு வண்ண) மேனியுடைய முக்கண்ணனான கல்பக மஹாவாணீ கல்பகமஹாரமா உடன் வீற்றிருக்கும் கல்பக கணபதி ப்ரபுவை நான் தியானிக்கிறேன்

நாலிரு புயமும் என்று இந்த கணபதியையே துதிக்கிறார் (தியானத்தின் பொருளிலும் அகவலின் பொருளிலும் உள்ள ஒற்றுமையைக் காண்க)

❧

முப்பழம் நுகரும் மூஷிக வாகன!

இப்பொழுதென்னை ஆட்கொள வேண்டித்

மா, பலா வாழை ஆகிய மூன்று பழங்களையும் விரும்பி உண்பவரும், திருஷ்ட பலன் (நாம் காணக்கூடிய பலன்களே - பழங்கள்) அதருஷ்ட பலன் (அருள் , தவ வலிமை முதலிய) நம் புலன்களுக்கு புலப்படாத பலன்கள் (பழங்கள்), அவாந்தர பலன்கள் (ஒரு கர்மத்தைச் செய்வதால் வரும் கிளைப் பலன்கள்) ஆகிய மூன்றையும் நம்முள் குடிகொண்டு ஆத்மஸ்வரூபியாக எதற்கும் ஒட்டாமல் அனுபவிப்பவரும்

பகவான் கணபதி உண்ணும் முப்பழங்கள் என்னென்ன என்பதற்கான பிரமாணம் ஸ்ரீ தத்வ நிதியில் உள்ள பால கணபதி தியான ஸ்லோகத்திலும் நமக்கு கிடைக்கிறது.

கரஸ்த₂ கத₃ லீ சூத பனஸேக்ஷுக மோத₃ கம்'
பா₃ லஸௌர்யப்ரபா₄ காரம்' வந்தே₃ பா₃ லக₃ ணாதி₄ பம்'

நான்கு திருக்கரங்களில் வாழை, மா, பலா கரும்பு ஏந்தி, துதிக்கையில் மோதகத்தை தரித்திருப்பவரும் உதிக்கின்ற சூரியனைப்போன்ற சிவந்த ஒளியே வடிவானவருமான பால கணபதியை நான் வணங்குகிறேன் என்பது இந்த தியானத்தின் பொருள்.

மூஷகத்தை தனது ஊர்த்தியாகக் கொண்டவரும்

இந்த பொழுதே இந்நேரமே என்னை ஆட்கொள்ள — தாசனாக ஏற்றுக்கொள்ள எண்ணி (விரும்பி)

தாயாய் எனக்குத் தானெழுந்தருளி மாயாப் பிறவி மயக்கம் அறுத்து

தாயே அளவற்ற கருணைக்கு சிறந்தொரு உதாரணம். அப்படி தாயையொத்த கிருபை கொண்டு எனக்கு தாயாகவே தானே முன் வந்து அருள் செய்து அழியாத பிறவிகளின் சுழற்சியால் ஏற்படும் மயக்கத்தை (அஞ்ஞான குழப்பத்தை) அறுத்தெறிந்து

ஞானத்தை அளிப்பதன் மூலம் பிறவி மயக்கத்தை அறுத்தெறிய முடியும்.

தானெழுந்தருளி என்பதன் மூலம் பக்தனின் சாமர்த்தியத்தை சாராது தனக்கே உரித்தான பெருங்கருணையால் எழுந்து அருளி என்றும்

தான் என்ற தத்துவமாகவே என்னுள்ளே எழுந்தருளி என்றும் பொருள் கொள்ளலாம்.

தாயின் கருணையை உடையவர்தான் குருவாக நின்று இந்த மாபெரும் ஞானத்தை உபதேசிக்க முடியும் என்பதால் முதலில் தாயின் கருணையை இறைவனிடம் வேண்டுகிறார் ஒளவையார்.

திருந்திய முதலைந்தெழுத்தும் தெளிவாய்ப்

பொருந்தவே வந்தென் உளந்தனில் புகுந்து

திருந்திய என்பதற்கு சுத்தமான, செம்மையான என்று பொருள்

முதல் என்பது முதன்மையான என்பதைக் குறிக்கிறது. அது முதன்மையானது என்று ஆகமங்களும், வேதங்களும் போற்றுகின்றன, அதிலிருந்தே எல்லா மந்திரங்களும் உருவானது எனும் கூற்றும் உண்டு

நான்மறைகளில் ஒன்றான யஜூர்வேதம் அதன் நடுவே ருத்ர ப்ரஷ்ணம் அந்த மந்திரத்தின் மைய்யத்தில் நம: ஸோமாயச என்று தொடங்கும் அனுவாகம் அதனில் நமச்சிவாய என்னும் ஐந்தெழுத்து மந்திரம்.

அதுவே அதன் முதன்மைக்குச் சான்று. அப்படிப்பட்ட சிறப்பான மந்திரம் தெளிவாக என் மனத்துள் பொருந்தும் படிக்கு விநாயகராகிய நீரே என் உள்ளத்தில், நெஞ்சினில், மனதில் புகுந்து என் முயற்சிகள் எதையும் சாராது தனக்கே உரித்தான தனிப்பெருங்கருணையால் என் தியானபொருளாகத் தோன்றி

தெளிவாய் என்ற சொல்லின் மூலம் மந்திரத்தின் வாக்கியார்த்தம், லக்ஷியார்த்தம் உச்சரிக்கும் முறை ஆகியவை தெளிவாய் மனதில் பதியும் வண்ணம் உணர்த்தி என்று கூறுகிறார்.

? பஞ்சாக்ஷரபராயணாய நம?

பஞ்சாக்ஷரத்தை நித்தமும் ஜபம் செய்பவர் என்று கணேஷ ஸஹஸ்ரநாமம் கணபதியைப் போற்றுகிறது. ஆதலால் அவரே அதை முழுமையாய் உபதேசிக்கத் தக்க குரு ஆவார்.

～

குருவடிவாகிக் குவலயந் தன்னில்
திருவடி வைத்துத் திறமிது பொருளென

என் குருவாக தானே இருந்து 'கு' என்றால் இருள் 'ரு' என்றால்
அதைப் போக்குவது. அஞ்ஞானமாகிய இருளை போக்கும்
ஒளியானவர்.

? கு₃ ரோர்கு₃ ரவே நம?

வேதா₃ அத்₄ யாபிதா யேன ப்₃ ரஹ்மணே ஸ கு₃ ரோர்கு₃ ரு?
ஶிவஸூத்ரே கு₃ ருரூபாய இத்யேவம்' ஹி வர்ணித?

குருவிற்கெல்லாம் குருவே உம்மை வணங்குகிறேன் என்று கணேஷ
ஸஹஸ்ரநாமம் போற்றுகிறது

உலகங்களுக்கெல்லாம் வித்யைகளை அளித்த வித்யையின்
(கல்வியின்) அதிதேவதையான வாணியின் பதியான ப்ரம்ஹாவுக்கும்
கல்ப முதலில் வேதத்தை உபதேசித்ததால் அவரே எல்லா குருவிற்கும்
குரு என்று பாஸ்கரராயர் கத்யோத பாஷ்யத்தில் விவரிக்கிறார்.

சிவசூத்திரம் குருரூபனாக பரம்பொருளே அருள்கிறார் என்று
கூறிகிறது என்ற சான்றையும் மேற்கோள் காட்டுகிறார்.

குவலயம் — புவி, உலகு

இவ்வுலகிற்கு எனக்காகவே இறங்கி வந்து திருவடியை என் தலை மீது
வைத்து திருவடி தீக்ஷை அளித்து

இதுவே திறமான பொருள் , சாஸ்வதமான பொருள் என்று
மந்திரத்தின் மகிமையை உணர்த்தி ,

இது திறமான பொருள் (ஸ்திரமான பொருள்) அதாவது இந்த
மந்திரமும் ஸ்திரமான ஸாஸ்வதமான ப்ரஹ்மமும் ஒன்றே அன்றி
வேறில்லை என்று தெளிவாய் உணர்த்தி.

அந்த மந்திரத்தால் அடையும் பரம்பொருளையும் உணர்த்தி
மந்திரத்தின் வாக்யார்த்த (சொல்லின் பொருள்) லக்ஷ்யார்த்த
(அதற்கு லக்ஷ்யாமாய் அமையும் பொருள்) காட்டி.

இதற்கு முந்தைய வரியில் தாயாய் அருளியதை விளக்கி, இந்த
வரியில் தந்தையாயும் குருவாயும் அருளியதை விளக்குகிறார்

இந்த மந்திரத்தாலும் ஞானத்தாலும் அடையப்படும் தெய்வமும்
அவரே என்பதிலோர் ஐயம் இல்லை. அதனால் கணபதியே தாயாகத்
தந்தையாக ஆசானாக இறைவனாக தன்னை ஆட்கொண்டார்
என்பதை இன்புற்று வெளிப்படுத்துகிறார் ஒளவையார்,

❧

வாடா வகைதான் மகிழ்ந்தெனக்கருளிக்
கோடாயுதத்தால் கொடுவினை களைந்தே

எனக்கு வாட்டம் துன்பம் என்றொன்று ஏற்படாதவாறு மகிழ்ச்சியோடு
எனக்கு அருள் செய்து (உபதேசம் , தீக்ஷை ஆகிய அருளைச்
செய்து) குருவான விநாயகரின் மகிழ்ச்சி என்ற அருளால்
ஆட்கொள்ளப்பட்டு. (இறைவனைத் தவிர ஒன்றில்லை என்ற
உண்மையை உணர்த்துவதன் மூலம் வாட்டத்தை பூரணமாகப் போக்கி
அருட்செய்து)

தன் தந்தத்தால் (மகாபாரதம் முதலிய ஞானப் பொக்கிஷங்களை எழுதித்தந்த ஞானஸ்வரூபமான தந்தாயுதத்தால் கொடிய வினைகளை முற்றிலும் அழித்து.

இந்த ஞானத்தைப் பெறுவதற்கு முன் செய்த வினைகளை இவன் வாழ்க்கையில் முக்தி பெற தடையாக அமையா வண்ணம் தன் அருட்சக்தியால் அழித்து.

૭

உவட்டா உபதேசம் புகட்டியென் செவியில்
தெவிட்டாத ஞானத் தெளிவையும் காட்டி

திருவடி தீக்ஷை மூலம் மந்திரத்தை அளித்து ஐந்தெழுத்தை ஆழ மனதில் பதியவைத்து அதனை ஜபிக்கும் சாதகனின் தடைகளை (வினைகளை) தானே களைந்த பின் ஞானத்தை தெளிவை உணரும் வகையில் என்னைப் பக்குவப்படுத்திய பிறகு அந்த தெவிட்டாத, கேட்ட உடன் தெளிவை அளிக்கும் உபதேசத்தை செவியில் ஓதி அதன் மூலம் மாறாத ஞானத்தின் தெளிவின் லக்ஷணங்களை உணர்த்தி அதை அனுபவிக்கச் செய்து

૭

ஐம்புலன் தன்னை அடக்கும் உபாயம்
இன்புறு கருணையின் இனிதெனக்கருளி

கற்ற ஞானத்தை பயின்று வாழ அபியாசயோகத்தையும் உபதேசித்து கண் செவி, வாய், நாசி, மெய் ஆகிய ஐந்தையும் நெறிப்படுத்தி அடக்கி ஒருநிலைப்படுத்தும் வழியை கருணையின் காரணமாக இன்புற்று மகிழ்ந்து என்னை இன்பத்தை அடைவிப்பதற்காக எனக்கு

இனிது (சுலபமான வகையில்) அருள் செய்து

யோக நெறிகளைக் கற்பித்து.

ப்ரத்யாஹாரம் , தாரணை ஆகிய யோகத்தின் அங்கங்கள் இதன் மூலம் குறிக்கப்படுகின்றன.

ப்ரத்யாஹார இதி. விஷயம்' விஷயம்' ப்ரதி க₃ ச்ச₂ தாம் இந்த்₃ ரியாணாம்' ப₃ ஹிர்முகா₂ னாம் இத்யர்த₂ ? ஆ ஸமந்தாத் ஹரணம் அந்தர்முக₂ தயா ஸ்வ-ஸ்வரூபேவஸ்தா₂ பனம்' ப்ரத்யாஹார?. ததா₂ ஸதி சித்த-ஸ்வரூபானுகாரீணி ஸர்வேந்த்₃ ரியாணி ப₄ வந்தி.

ப்ரத்யாஹாரம் என்பது புலனின்பங்களை நோக்கி வெளிமுகமாகக் கிளம்பும் புலன்களை (அந்த இன்பங்களை நோக்கி கவனம் செலுத்தும் மனதை) முழுமையாக ஹரித்தல் (எடுத்துக்கொள்ளல்) உள்முகமாக தன் ஸ்வரூபத்தில் நிறுத்துதல் ப்ரத்யாஹாரம் எனப்படும். அப்படி சித்தத்தை ஸ்வரூபத்தில் ஆழ்த்துவதால் புலன்களும் அதையே அனுகரணம் செய்கின்றன (மாறாது பின்பற்றுகின்றன) — மனத்தின் கவனம் வெளிமுகமாகாதபோது புலன்கள் திறந்து விழித்திருப்பினும் அவை வெளிமுகமாக செய்யலபட இயலாது.

❧

கருவிகளொடுங்கும் கருத்தினையறிவித்(து)
இருவினை தன்னை அறுத்திருள் கடிந்து

கருவிகளாகிய (புலன்களாகிய ஞானேந்த்ரிய கர்மேந்த்ரியங்கள்) அனைத்து தத்துவங்களும் (சாங்கியத்தில் கூறப்படும் அனைத்து தத்துவங்களும்) ஒடுங்கும் — ஆன்மாவில் ஒன்றாகி லயம் பெரும் கருத்தை தெளிவாக உபதேசித்து

நல்வினை தீவினை ஆகிய இரண்டு வினைகளையும் நம்மைத் தீண்டாவண்ணம் அறுத்தெறிந்து. கர்ம சம்பந்தத்தை நீக்கி நைஷ்கர்ம்ய சித்தி அருளி. வினைகள் தொடாத ஆத்ம ஸ்வரூபமே தான் என்ற உண்மையை உணர்த்தி அதன் மூலம் இருளாகிய அஞ்ஞானத்தையும் அதிலிருந்து தோன்றும் ஆணவம் முதலிய (ஆணவம், கர்மம், மாயை) மலங்களையும் அழித்து.

∽

தலமொரு நான்கும் தந்தெனக் கருளி
மலமொரு மூன்றின் மயக்கம் அறுத்தே

நான்கு வகையான முக்தி நிலைகளையும் எனக்கு படிப் படியாக தந்து அருளி

சாலோக்யம் — தான் வழிபடும் இறை வடிவின் உலகத்தில் வாழ்தல்

சாரூப்யம் — தான் வழிபடும் இறைவனின் திருவடிவை ஒத்த வடிவினைப் பெறுதல்

சாமீப்யம் — இறைவனுடன் நெருங்கி இருந்து அவனுக்கு சேவை செய்யும் பாக்கியத்தைப் பெறல்.

சாயுஜ்யம் — இறைவனோடு இரண்டறக் கலத்தல்

ஆகிய நான்கு நிலைகளையும் அருளி அதற்காக ஆணவ மலம், மாயா மலம் கர்ம மலம் ஆகிய மும்மலங்களையும், அதனால் ஏற்படும் மயக்கத்தையும் (அஞ்ஞானத்தையும்) களைந்து.

∽

ஒன்பது வாயில் ஒருமந்திரத்தால்
ஐம்புலக் கதவை அடைப்பதும் காட்டி

உடலில் உள்ள ஒன்பது துவாரங்களையும் ஐந்து புலன்களையும் மூடி
அதனுள் விஷயங்கள் புகா வண்ணம் ஒடுக்க நிலையில்
இருப்பதற்கான வழியை ஒரு மந்திரத்தை ஜெபித்தல் மூலம்
அடைவதைக் காட்டித் தந்து (உணர்த்தி)

மந்திரத்தை மனதில் இருத்தி ஜபித்து ஒருநிலைப்படுவதன் மூலம் கண்
வாய் செவி மூக்கு மெய் ஆகிய புலன்கள் எந்த புலனின்பங்களையும்
ஏற்காது இருக்கும் நிலையே ஐம்புலக் கதவை அடைத்தல்
எனப்படுகிறது.

இந்த தவத்தினால் ஒன்பது துவாரங்களும் மூடப்பட்டு அதாவது
தவநிலைக்கு அவைகள் தடையாய் அமையா வண்ணம் எண்ணிய
நேரம் வரை தியானத்தில் இருத்தலே ஒன்பது வாயிலையும் ஒரு
மந்திரத்தால் கட்டுதல் ஆகும். அந்த ஒரு மந்திரம் ஓம்காரம் என்றும்
யோக சூத்திரம் கூறுவதுண்டு. இஷ்ட தேவதையின் (கணபதியின்)
மூல பீஜ மந்திரத்தைக் கொண்டும் இதைச் செய்யலாம்.

பத்₃ மாஸனம்' ஸமாருஹ்ய ஸமகாயஶிரோத₄ ர?.
நாஸாக்₃ ரத்₃ ரு'ஷ்டிரேகாந்தே ஜபேதோ₃ ங்காரமவ்யயம்..1.83..

கோரக்ஷ ஷதகத்தின் முதல் ஷதகத்தின் எண்பத்தி மூன்றாவது
ஸ்லோகம் ஓம்காரத்தை யோகிகள் ஜபிக்கவேண்டிய முறையை
இவ்வாறு விளக்குகிறது.

தனிமையில் பத்மாசனத்தில் தன் தலையையும் கழுத்தையும்
உடலையும் ஒரே சீரான நேர்கோட்டில் இருத்தி நிமிர்ந்து அமர்ந்தபடி
மூக்கின் மேல் நுனியை நோக்கிய பார்வையோடு, மூடியபடியோ, பாதி
மூடி பாதி திறந்தபடியோ, அல்லது முழுமையாய் திறந்தபடியோ,
(ஒன்றினும் ஒன்று சிறந்தது, கடினம்) மாறாத பரம்பொருளான

ஓம்காரத்தை ஜபிக்கவேண்டும்.

ॐ

ஆறாதாரத்(து) அங்குச நிலையும்
பேறா நிறுத்திப் பேச்சுரையறுத்தே

மூலாதாரம் , ஸ்வாதிஷ்டானம், மணிபூரகம், அனாஹதம், விஷூத்தி
ஆக்ஞா ஆகியவை ஆறு ஆதாரங்கள். இவைகளை ஒன்றின் மேல்
ஒன்றாக நேரே கடந்து குண்டலினி சக்தியானது முன்னேறி
ஸஹஸ்ரார சக்கரத்தை அடைவதே அங்குச நிலை எனப்படும். மதம்
கொண்ட யானையை அங்குசத்தால் அடக்குவது போல் இந்த யோக
சக்திகளையும் அடக்கி ஆள்வது. அந்த ஸஹஸ்ரார கமலைத்தை
எட்டிய நிலையிலேயே நம்மை மாறாது நிறுத்தி அந்த நிலையிலிருந்து
கீழே விழாத வண்ணம் காத்து நம் பேச்சை நிறுத்தி மௌன நிலை
அருளி. மனதின் எண்ணங்களையும் ஒடுங்கச் செய்து,

இதே மௌன நிலையைத்தான் முருகப்பெருமானும் அருணகிரிக்கு
'சும்மா இரு சொல்லற' என்று உபதேசித்து அருளினார்.

? ஷட்சக்ரதா₄ ம்னே நம?

ஆறு ஆதாரங்களை தனக்கு இருப்பிடமாகக் கொண்டவர் என்று
கணேஷ ஸஹஸ்ரநாமம் துதிக்கிறது

ॐ

இடைபிங்கலையின் எழுத்தறிவித்துக்
கடையிற் சுழுமுனைக் கபாலமும் காட்டி

இடை, பிங்கலை ஆகிய இரண்டு நாடிகளின் எழுத்தை (பீஜ மந்திரத்தை) எனக்கு உபதேசித்து.

எழுத்து என்ற சொல் அறிவையும் கல்வியையும் குறிக்கும். இடை பிங்கலை என்ற நாடிகளைக் குறித்த அறிவைப் புகட்டி என்றும் இதற்குப் பொருள் கொள்ளலாம்

இடை பிங்கலையின் அறிவு என்பது வாசியோகம், ஸ்வர யோகம். அதனை உணரச்செய்து.

கடையின் (முடிவில்) சுழுமுனை மார்கத்தின் மூலம் கபாலத்தை பிரம்ம ரந்திரத்தை, அதில் வீற்றிருக்கும் பரம்பொருள் நிலையைக் காட்டி.

❧

மூன்றுமண்டலத்தின் முட்டிய தூணின்
நான்றெழு பாம்பின் நாவில் உணர்த்தி

அக்னி மண்டலம், சூர்ய மண்டலம், சந்திர மண்டலம் என்ற மூன்று மண்டலங்கள்/ அதில் பொருந்தி நின்றிருக்கும் தூண் போன்ற குண்டலாகாரமாக (சுருண்டு சுருண்டு) உறங்கும் பாம்பை ஒத்த குண்டலினி ஷக்தியை எழுப்பும் மந்திர முறையை உணர்த்தி கற்பித்து. குண்டலினி என்பது இச்சா க்ரியா ஞான சக்தி ரூபமானது அதை த்ரிஷக்தி மந்திரத்தால் எழுப்புவர் (அது மூன்று பீஜங்களால் ஆனது.)

எழுகின்ற பாம்பு என்பது குண்டலினி ரூபமான யோக சக்தி.

யா மூலாதா₄ ரகா₃ ஶக்தி? குண்ட₃ லீ பி₃ ந்து₃ -ரூபிணீ

எந்த சக்தி (யோக சக்தி) மூலாதாரத்தில் ஒரு புள்ளியைப்போல்
சுற்றிக்கொண்டு ஒடுங்கி வட்டவடிவில் (பிந்து) இருக்கிறதோ அது
குண்டலி என்று யோகாசாரம் என்ற நூலில் கூறப்படுகிறது

❦

குண்டலியதனிற் கூடிய அசபை
விண்டெழு மந்திரம் வெளிப்பட உரைத்து

குண்டலி என்ற பாம்பு வடிவான யோக சக்தியோடு சேருகின்ற
(அதை எழுப்பப் பயன்படும்) ஹம்ஸ மந்திரத்தை) பிராணனே
ஹம்ஸம் என்று சிவ ஸ்வாரோதயம் கூறுகிறது.

பஞ்ச ப்ரானங்களை ஹம்ஸ வித்யையின் மூலம் சமன்படுத்தி
பிராணனை மேன்முகமாக்குவதன் மூலம் குண்டலி எழும்பும். அதற்கு
ஹம்ஸ மந்திரம் சாதனையாக அமையும்

அந்த மந்திரத்தை அஜபா என்பர்.

அஜபா என்றால் ஜபிக்காமல் ஜபிக்கும் மந்திரம் என்று பொருள்.

அது கோரக்ஷ ஸதகத்தின் முதல் ஸதகத்திலுள்ள நாற்பத்து
இரண்டாவது ஸ்லோகத்தில் கீழ்கண்டவாறு விளக்கப் படுகிறது

ஹகாரேண ப$_3$ ஹிர்யாதி ஸ-காரேண விஸஉதே புன?.
ஹம்'ஸ-ஹம்'ஸேத்யமும்' மந்த்ரம்' ஜீவோ ஜபதி ஸர்வதா$_3$ ..42..

வெளியில் செல்லும் மூச்சு ஹம் என்றும் உள்ளே பூரிக்கப்படும் மூச்சு
ஸ என்றும் சூக்ஷ்ம ஒலி எழுப்பும் என்று சாஸ்திரங்கள் கூறுகிறது.
ஒவ்வொரு மூச்சுமே ஹம்ஸ மந்திரம் தான். அதை நெறிப்படுத்துவதன்
மூலம் யோக நிலை பெறலாம் என்ற ரகசியத்தை உணரும் படிக்கு

வெளிப்படுத்தி அறிவித்து...

ஷட் ஸதானி த்வஹோராத்ரே ஸஹஸ்ராண்யேகவிம்'ஸதி?.
ஏதத் ஸங்க்₂ யான்விதம்' மந்த்ரம்' ஜீவோ ஜபதி ஸர்வதா₃ ..க.43..

இரவும் பகலும் ஒரு நாளைக்கு இருபத்தோராயிரத்து அறுநூறு முறை
(மூச்சு காற்று சுவாசிப்பதன் மூலம்) ஒரு ஜீவன் ஹம்ஸ என்ற
ஜபத்தை எப்போதும் செய்கிறான்.

❧

மூலாதாரத்தின் மூண்டெழு கனலைக்
காலால் எழுப்பும் கருத்தறிவித்தே

மூலாதாரத்து சிதக்னியை (யோகக் கனல்) காலால்
(ப்ராணவாயுவினாவால் — மூச்சுக் காற்றால்) எழுப்பும் முறையை
உபதேசித்து. (அபான வாயுவை மேன்முகமாக பயணிக்கச் செய்யும்
யோக முறையை நன்கு அறிவித்து (கற்பித்து)

மூலாதாரத்து அக்னி என்பது கோரக்ஷ சதகத்தில் (கோரக்கர் என்று
நம்மால் அழைக்கப்படும் சித்தரின் வடமொழி நூல்களில் ஒன்று)
இவ்வாறு விளக்கப்படுகிறது.

தப்தசாமீகராபா₄ ஸம்' தடி₃ ல்லேகே₂ வ விஸ்பு₂ ரம்.
த்ரிகோணம்' தத்புரம்' வஹ்னேரதோ₄ மேட்₄ ராத்
ப்ரதிஷ்டி₂ தம்..20..
- கோ₃ ராக்ஷ ஸதகம்' 1. 20

புடமிட்ட பொன் போல் ஒளிரும் மின்னல் இழை போல் ஜ்வலிக்கும்
முக்கோணம் அதனில் கனல் குஹ்யாங்கத்திற்குக் கீழே அமையப்
பெற்றது.

பாதாலானாம் அதோ₄ பா₄ கே₃ காலாக்₃ நிர்ய? ப்ரதிஷ்டி₂ த?.

ஸ மூலாக்₃ னி? ஶரீரேஸ்மின் யஸ்மாந்நாத₃ ? ப்ரவர்ததே

● யோகஸாரம்

அண்டத்தில் பாதாள உலகிற்கு கீழே எந்த காலாக்னி (பிரளய கால அக்கினி) இருக்கிறதோ அதுவே இந்த உடலில் மூலாக்னி. அங்கிருந்தே நாதம் கிளம்புகிறது.

யத் ஸமாதௌ₄ பரம்' ஜ்யோதிரனந்தம்' விஶ்வதோமுக₂ ம். தஸ்மின் த்₃ ரு'ஷ்டே மஹா-யோகே₃ யாதாயாதம்' ந வித்₃ யதே.. 1.21..

எது எல்லையற்றதோ உலகெலாம் நிறைந்ததோ அந்த பரஞ்ஜோதியை சமாதி நிலையில் மகாயோகத்தில் கண்டுணர்ந்த பொழுதிலிருந்து போக்கு வரவு (ஜனனமரணங்கள்) கிடையாது என்று கோரக்ஷ சாதத்தில் கோரக்ஷர் கூறியுள்ளார்,

ப்ரபு₃ த்₃ தா₄ வஹ்னி-யோகே₃ ன மனஸா மருதா ஸஹ. ஸஞ்சீவத்₃ கு₃ ணம் ஆதா₃ ய வ்ரஜத்யூர்த்₄ வம்' ஸௌஷும்னயா.1.49..

மூலாதாரத்து கனலை அதனோடு (குண்டலிப் பாம்போடு) கூட்டுவதன் மூலமும், காற்றோடும் (ப்ராணவாயுவோடும்), மனதோடும் சேர்ந்து சுஷும்னை மூலம் ஊசியைப் போன்ற குணம் கொண்டு சுஷும்னா நாடி வழியாக மேல்நோக்கிச் செல்லும்.

෬

அமுத நிலையும் ஆதித்தன் இயக்கமும்
குமுதசகாயன் குணத்தையும் கூறி

அமுத நிலையாகிற ஸுஷும்னா நானாடியின் தன்மையையும், (அது ஸரஸ்வதி நதியைப்போல் அந்தர்முகமாகச் செல்லும் நாடி) ஆதித்தனின் (சூரிய நாடியின்) இயக்கத்தையும் — பிங்க₃லா நாடியின் செயல்பாடுகளையும் . குமத ஸகாயன் அதாவது சந்திர நாடியின் (இடா நாடியின்) குணத்தையும் (தன்மையையும்) உரைத்து..

குமுத என்ற சொல் இங்கு கும் - பூமி அதற்கு முதம் அளிக்கும் கடல் அதை எழுப்பும், நன்கு துள்ளிப் பாய உதவும் சந்திரன் என்பது பொருளாகக் கொள்ளத் தகும்.

அல்லது ஸஹஸ்ராரமாகிய ஆயிரம் இதழ் தாமரையை மலர வைக்கும் மூன்றாம் மண்டலமான சந்திர மண்டலம் என்பதால் சந்திர நாடி குமுத சகாயன் என்று அழைக்கப்படுகிறது.

மூலாதா₄ ராக்₃ ரகோணோத்தா₂ ஸுஷும்னா ப்₃ ரஹ்மம-
ரந்த்₄ ரகா₃ .
தத்பார்ஸ்வ-கோணயோர்ஜாதே த்₃ வே இடா₃ -பிங்க₃ லே
ஸ்தி₂ தே..
நாடி₃ -சக்ரேண ஸம்'ஸ்பூ₂ தே நாஸிகாந்தம் உபே₄   க₃ தே..
-ஸுரேஸ்வராசார்ய?

சுரேஷ்வராசார்யர் இடை பிங்கலை சுசும்னையின் உற்பத்தி ஸ்தானத்தையும் அது போகும் வழியையும் இவ்வாறு விளக்குகிறார.

மூலாதார முக்கோணத்தின் முனையிலிருந்து சுசும்னை கிளம்பி பிரம்ம ரந்திரத்தை அடைகிறது. இடை இடப்புறதிலிருந்தும். பிங்கலை வலப்புறத்திலிருந்தும் கிளம்பி இரு நாசிகளையும் சேர்க்கிறது.

இடா₃ பிங்க₃ லாஸுஷும்னா? ப்ராணமார்க₃ ஸமாஸ்ரிதா?.
ஸந்ததம்' ப்ராண-வாஹின்ய? ஸோம-ஸூர்யாக்₃ னி-தே₃ வதா?..32..
- கோ₃ ரக்ஷ பௌதகம்' 1.32

இடா பிங்களா சுஷும்னா மூன்றும் பிராணம் செல்லும் வழியையே
ஆஷ்ரயித்து இருக்கின்றன (இருப்பிடமாகக் கொண்டிருக்கின்றன)

அந்த மூன்று நாடிகளுமே பிராணனை சுமந்து செல்கின்றன (பிராணம்
அதாவது ஜீவ சக்தி ப்ராணவாயுவின் வடிவில் பயணிக்கும்) செல்லும்
தடமாய் இருக்கின்றன. அந்த நாடிகளுக்கு முறையே சோமனும்.
சூரியனும் அக்னியும் தேவதைகள்.

~

இடைச்சக்கரத்தின் ஈரெட்டு நிலையும்
உடல்சக்கரத்தின் உறுப்பையும் காட்டி

அங்கு₃ ஷட₂ கு₃ ல்போ₂ ஜானுருஸீவனீ லிங்க₃ நாப₄ ய?
ஹ்ருத்₃ க்₃ ரீவா கண்ட₂ தே₃ பௌசலம்பி₃ கா நாஸிகா ததா₂
ப்₄ ரூமத்₄ யம்' ச லலாடம்' ச மூர்தா₄ ச ப்₃ ரஹ்மரந்த்₄ ரகம்'
ஏதா ஹி ஷோட₃ பௌதா₄ ரா? கதி₂ தா யோகி₃ புங்க₃ வை?

ததே₃ வ கோ₃ ரக்ஷநாத₂ ப்ரணீத
ஸித்₃ த₄ ஸித்₃ தா₄ ந்தபத்₃ த₄ தௌ விஸ்தரேணோக்தம்

பாதத்தின் பெருவிரல், கணுக்கால், முழங்கால், தொடை, சீவனி
-குதத்தையும் குறியையும் இணைக்கும் கொடுபோன்ற பகுதி, குறி,
நாபி, இதயம், கழுத்து, தொண்டை, உள்நாக்கு, நாசி, புருவ நடு,
நெற்றி, தலை , பிரம்ம ரந்திரம்

இவைகளையே கோரக்ஷ நாதர் சித்தசித்தாந்த பத்ததி என்னும் நூலில் விரிவாக விளக்குகிறார்.

பதினாறு ஆதாரங்கள் ஹடயோக ப்ரதீபிகையின் மூன்றாம் அத்தியாயத்தின் வியாக்கியானத்தில் இவ்வாறு விளக்கப்படுகிறது.

இவைகளுள் நாபி ஸ்தானம் நடுவானது — அது மத்ய சக்ரம் என்று அழைக்கப்படும் (அதுவே இடைச்சக்கரம்)

இடைச் சக்கரம் முதலாய் பதினாறு ஆதாரம் என்றால் பிரம்மரந்திரம் வரையான எட்டு ஆதாரங்களும் அதற்கு மேலும்

அவை கீழ்கண்டவாறு

இடையில் நாபிஸ்தானத்தின் முதலாக உள்ள சந்திர கலைகள் பதினாறின் நிலையையும்.

இடைச்சக்கரமானது நாபி, இதயம், கண்டம் (கழுத்து) புருவமத்தி, நெற்றிநடு, நெற்றியின் மேல் பாகம், உச்சி உச்சியின் பின் முதலியன. அதன் மேல் உள்ள இடங்கள் நிராதாரங்கள் (அதாவது ஸ்தூல உடலின் ஆதாரம் கொண்டு சுட்டப்பட முடியாதவை) அது நாதாந்தத்தின் மேல் இருக்கும் சக்தி-கலை முதல் உன்மனி வரை (உன்மணி என்பது மனோன்மனி — மனமற்ற நிலை, மனம் கடந்த நிலை)

உடலில் சக்கரங்களின் (ஆதார கமலங்களின்) உடல் உறுப்பையும் காட்டி

மூலாதாரம் — முதுகுத்தண்டின் கீழ் கடைசி புள்ளி) குதத்திற்கு அருகில் மேலாய்)

ஸ்வாதிஷ்டானம் — குஹ்யம்

மணிபூரகம் - நாபி

அனாஹதம் — இதயம்

விஷூத்தி — கண்டம்

ஆக்ஞா — புருவ மத்தியம்

ஸஹஸ்ராரம் — கபாலம்

ஆகியவை

? ஷோட$_3$ பாதா$_4$ ரநிலயாய நம? .

பதினாறு ஆதாரங்களில் குடிகொண்டவனுக்கு வணக்கம் என்று
கணேஷ ஸஹஸ்ரநாமம் போற்றுகிறது.

❧

சண்முக தூலமும் சதுர்முக சூக்கமும்
எண் முகமாக இனிதெனக்கருளி

ஆறு ஸ்தூல அங்கங்களையும் (ஹ்ருதயம், சிரசு, ஷிகை, கவசம்,
நேத்ரம், அஸ்திரம்)

நான்கு வகையான சூக்ஷம அங்கங்களும் (மனோ புத்தி சித்த
அஹங்காரங்களையும்) எனக்கு எண்முகமாக எட்டு முகங்களை
வடிவங்களைக் கொண்டு (அஷ்ட மூர்த்திகளாகத் திகழ்ந்து) —
நிலமுதல் பூதங்களாயும், ரவி, மதி ஆன்மாவாயும் இருந்து, எனக்கு
என் ஸ்தூல ஷரிரத்தையும் சூக்ஷம புத்தியையும் புரியச் செய்து.
அதை உம்மையே உபாசிக்க சாதனங்களாக எனக்கு அருளி. கிருபை
செய்து.

❧

புரியட்டகாயம் புலப்பட எனக்குத்
தெரியெட்டுநிலையும் தெரிசனப் படுத்தி

அட்டகாயத்தை திருமூலர் இவ்வாறு விளக்குகிறார்

அத்தனமைத்த உடலிருகூறினில்

சுத்தமதாகிய சூக்குமம் சொல்லுங்கால்

சத்த பரிச உரூப ரச கந்தம்

புத்தி மானாங்காரம் புரி அட்ட காயமே

சப்த (சத்தம், ஒளி) , ஸ்பர்ஷம் (தொட்டுணர்ச்சி) ரூபம் (உருவம்)
ரசம் (சுவை) , கந்தம் (மணம்) புத்தி — சிந்திக்கும் அறியும் திறன்
மானம், அஹங்காரம் — நான் என்ற உணர்ச்சி ஆகியவை
புரிஅட்டகாயம் எனப்படும்

அந்த அட்டகாயத்தின் தன்மையை எனக்கு புலப்படும்படி செய்து
தெரிகின்ற எட்டு நிலைகளையும் காண்பித்து.

மேலே சொன்ன ஆறு ஆதாரங்கள், ஏழாவது ஸஹஸ்ராரம் அதற்கும்
மேலாய் வெளியில் உள்ள த்₃வாத₃ஷாந்த பகுதிகள் என்ற எட்டு
நிலைகளையும் காண்பித்து.

❧

கருத்தினில் கபால வாயில் காட்டி

இருத்தி முத்தி யினிதெனக்கருளி

மனதை ஒருநிலைப்படுத்தி கபால வாயில் என்னும் பிரம்ம ரந்திரத்தில் என் மனத்தை ஆழ்த்தி லயிக்கச் செய்து சமாதி நிலையில் ஆழச்செய்து அதிலேயே முக்தியின் ஆனந்தத்தை இனிமையாக அன்பாக எனக்கு அருள் செய்து அளித்து

❧

என்னையறிவித்(து) எனக்கருள் செய்து
முன்னை வினையின் முதலைக் களைந்து

யோக சமாதிக்கும் மேலான என் உண்மை நிலையான ஆத்ம ஞானத்தை, அத்வைத ஞானத்தை தன்னிலை அறிவை புகட்டி அதன்மூலம் என் முன்வினைகளை, (ஞானம் அடைவதற்கு முன் செய்த வினைகள்) வினைகளை கர்ம சம்பந்தங்களை அதன் காரணமான (முதலான — உற்பத்தி ஸ்தானமான) அஞ்ஞானத்தை அத்வைத ஞானத்தால் அறவே நீக்கி. வேரறுத்து.

❧

வாக்கும் மனமும் இல்லா மனோலயம்
தேக்கியேயென்றன் சிந்தை தெளிவித்(து)

வாக்கும் (சொற்களும் பேச்சும்) மனமும் எண்ணங்களும் இல்லாத மனம் ஒடுங்கிய நிலையை அடைவித்து இந்நிலையிலேயே என் இருப்பைத் தேக்கி (என் ஞானத்தை நிலைப்படுத்தி த்ருடமாக்கி) அதை அனுபவிக்கச் செய்து அந்த அனுபூதியால் என் சிந்தையை தெளிவு படுத்தி. சத்திய ரசானுபவத்தினால் — ப்ரம்ஹானுபவத்தினால் ஷாஷ்திர ஞானத்தை பூர்ணம் செய்து.

இருள்வெளியிரண்டுக்(கு) ஒன்றிடம் என்ன
அருள்தரும் ஆனந்தத்(து) அழுத்தியென் செவியில்

இருளுக்கும் வெளிச்சத்திற்கும் — அஞ்ஞானத்திற்கும் ஞானத்திற்கும்.
மாயைக்கும் மாயா நிவ்ருத்திக்கும் இடம் ப்ரம்ஹமே. அதுவே
மாயையாயும் மாயையைக் கடந்ததாயும் இருக்கிறது என்ற
உண்மையை என் செவியில் ஓதி, அந்த அருளினால் ப்ரம்ஹைக்ய
நிலையில் (தானும் பரம்மொருளும் இரண்டற இருத்தலை உணர்ந்த
நிலையில்) அந்த ஆனந்தத்தை என் செவியில் உபதேசித்து.

யோகம் மூலம் என்னை பக்குவப்படுத்தி அத்வைதத்தை போதிக்கும்
மகாவாக்கியத்தை குருவாக நின்று உபதேசித்து

எல்லையில்லா ஆனந்தம் அளித்(து)
அல்லல் களைந்தே அருள்வழி காட்டி

அந்த ஞானத்தின் மூலம் எல்லையற்ற அளவற்ற ஆனந்தத்தை
அளித்து கொடுத்து அல்லல்களை அகற்றி

'தரதி சோகம் ஆத்மவித்' — ஆன்மாவின் உண்மை நிலை
அறிந்தவன் சோகத்தைக் கடக்கிறான் என்று உபநிஷத் வாக்கியம்
கூறுவார் போல்) பூரண அருளைப் பெரும் வழியை (அந்த
அருளாகவே ஆகும் வழியை) காட்டி.

சத்தத்தின் உள்ளே சதாசிவம் காட்டிச்
சித்தத்தின் உள்ளே சிவலிங்கம் காட்டி

சத்தத்திலே (ஓம்காரம் முதலான மந்திரங்களின் உள்ளுறை லட்சியப்
பொருளான பரம்பொருளைக் காட்டி (சதாசிவத்தத்துவத்தை மோக்ஷ-
காரகமான ப்ரம்ஹத்தைக் காட்டி.

மனதிற்குள்ளே சிவ லிங்கத்தை காரண சரீரமே லிங்கம் தான்
இறைவன் தான் என்று காட்டி அதன் மூலம் பந்தம் அறுத்து.

❧

அணுவிற்(கு) அணுவாய் அப்பாலுக்(கு) அப்பாலாய்க்
கணுமுற்றி நின்ற கரும்புள்ளே காட்டி

அணுவுக்கணுவாக சிறியதில் எல்லாம் சிறிதுமாய் பெரியதிலேல்லாம்
பெரிதுமாய் அனைத்தையும் கடந்ததுமாய் உள்ள முற்றி முழுக்க
இனித்து நிற்கும் கரும்பு போல் ஆனந்தமே வடிவான சச்சிதானந்த
லக்ஷணமான பரம்பொருளை தனக்குள்ளே காட்டி (தானே அதுவாய்
உள்ள நிலையில் அவ்வளவு நெருக்கமாகக் காட்டி.)

❧

வேடமும் நீறும் விளங்க நிறுத்திக்
கூடுமெய்த் தொண்டர் குழாத்துடன் கூட்டி

நல்லடியாருக்கான திருவேடத்தையும் (ருட்ரக்ஷம் தரித்தல் முதலியன)
, திருநீற்றை பூசிக்கொள்ளுவதையும் புரியும்படி நிலைக்கச் செய்து
தன்னை ஒத்த நல்லடியார்களோடு இணைத்து

முன்னமே நல்லடியாளான ஒளவைக்கு இப்போது தான் திருநீறு முதலிய சிவச்சின்னங்களை நிலை நிறுத்துகிறாரா விநாயகப் பெருமான்? இது எப்படிப் பொருந்தும் என்று தோன்றுவது இயல்பு.

ஞானம் முழுமை பெற்ற பின்னரும் முந்தய வெளிவகை சிவலக்ஷனங்களைப் பேணிக் காக்கவேண்டும் என்பதற்காக, அதற்கு முன்பிருந்தே ஒளவையார் பின்பற்றிகொண்டிருந்த மரபுகளுக்கும் புற ஒழுக்கங்களுக்கும் ஞானம் ஒரு தடையல்ல அது எதிர்மறையானதுவும் அல்ல என்பதை விளக்குவதே ஆகும்

முழுமையாய் ஞானம் பெற்றவர் இந்த ஆசாரங்களை பொருள் உணர்ந்து செய்வதாலும் அப்பெரியோர் தன் ஞான நிலையில் இருந்தபடி செய்வதாலும் இந்த ஒழுக்கங்கள் நிலைபெறுகின்றன என்பதுவும் ஒரு காரணம்.

❧

அஞ்சக்கரத்தின் அரும்பொருள் தன்னை
நெஞ்சக் கருத்தின் நிலையறிவித்துத்

பஞ்சாக்ஷர மந்திரந்தின் வாக்யார்த்த லக்ஷயார்த்தங்களை நெஞ்சில் நிலை நிறுத்தும் வண்ணம் திண்ணமாக (மந்திர தத்துவத்தை) உபதேசித்து

❧

தத்துவ நிலையைத் தந்தெனையாண்ட
வித்தக விநாயக விரைகழல் சரணே!

தத்வம் பரமார்த்த ஸத் —— என்கிறார் வேதாந்த நாம ரத்ன
ஸாஹஸ்ரத்தில் பரமசிவேந்திர ஸரஸ்வதி ஸ்வாமிகள்.

பரமார்த்த சத்தியம் என்றால் வாஸ்தவமான சத்யம் (வியவஹார
சத்யத்தைக் —— உலக நடைமுறை உண்மையை கடந்த பரம
சத்தியம். அந்த தத்துவத்தை உணர்ந்த ப்ராம்ஹீ ஸ்திதி
(பிரம்மஞானமடைந்த ஜீவன்முக்த நிலையைத்) தந்து என்னை
ஆட்கொண்ட வித்தகனான (வித்யா ஸ்வரூபியான
ஞானவடிவினனான விநாயகருடைய திருவடியே எனக்கு
அடைக்கலம்.

வித்தக விநாயக என்ற சொல் ஸ்ரீவித்யா கணபதியை
(மகாகணபதியை நினைவூட்டுவதால் அவருடைய தியான
ஸ்லோகத்தைக் கூறி இந்த நூலை நிறைவு செய்கிறேன்.

பீ₃ ஜாபூரக₃ தே₃ க்ஷாகார்முகருஜாசக்ராப்₃ ஐ பாஸரோத்பல
வ்ரீஹயக்₃ ர ஸ்வவிஷாண ரத்னகலஸ
ப்ரோத்₃ யத்கராம்போ₃ ருஹ? |
த்₄ யேயோவல்லப₄ யா
ஸபத்₃ மகரயாஸ்லிஷ்டோஜ்வலத்₃ பூ₄ ஷயா
விஸ்வோத்பத்திவிநாஸஸெம்'ஸ்தி₂ திகரோ விக்₄ நோ
விஷிஷ்டா₂ ர்த₂ த₃ ? ||
விஸ்வோத்பத்தி விபத்தி ஸம்'ஸ்தி₂ தி கரோ விக்₄ நேஸ
இஷ்டார்த₂ த₃ :

மாதுளை, கதாயுதம், கரும்பு வில், சூலம், சக்கரம், சங்கு,
பாசக்கையிறு, நீலோத்பல மலர், தானியக்கொத்து (ஷாலிமஞ்சரி)
தன்னுடைய (உடைந்த) தந்தம் ரத்னகலசம் ஆகியவற்றை தாங்கிய
தாமரைக்கைகளோடு வீற்றிருக்கும் , தாமரையை கையில் ஏந்திய
வல்லபா தேவியால் ஆலிங்கனம் செய்யப்பட்ட நிலையில் உள்ள
உலகை படைத்து அழித்து காப்பவரான பக்தர்களுக்கு இஷ்டங்களை

வாரி வழங்கும் விக்னேஷர் தியானிக்கப்படவேண்டும்.

www.ingramcontent.com/pod-product-compliance
Lightning Source LLC
Chambersburg PA
CBHW022121150726
47990CB00003B/1454